AF518607

INSIGHT PUBLICA®

INSIGHT PUBLICA®
Nadakkave, Kozhikode, Kerala

Elakaludeyum Verukaludeyum
Kallanum Poleesum
(Malayalam Poems)
Vijith

First Edition : May 2017
This Edition: October 2021

ISBN 978-93-85899-88-1

ഇലകളുടെയും വേരുകളുടെയും കള്ളനും പോലീസും

കവിതകൾ

വിജിത്ത്

INSIGHT PUBLICA ®

അകത്തേയ്ക്ക് ചാഞ്ഞ വരികൾ

'ഇതിൽ കവിതയുണ്ടല്ലോ' എന്ന് ഇടയ്ക്കൊക്കെയുള്ള ഒരു തോന്നലിനെ ചുരുക്കം വരികളിൽ കുടിയിരുത്തിയതാണ് എന്റെ കവിത. ഒരു റബർബാൻഡിന്റെ മുറുക്കംമാത്രം. ഇനി വലിച്ചാൽ പൊട്ടിപ്പോകും. കവിതയെഴുത്തിന്റെ സ്വകാര്യലക്ഷ്യം മറ്റുള്ളവരിൽ നിന്നും എന്നെ വ്യത്യസ്തപ്പെടുത്തലാണ്. കൂട്ടു ചേരാനല്ല ഒറ്റപ്പെടാനാണ് അതിന് കൂടുതൽ ആഗ്രഹം.

എപ്പോഴും കാക്കപ്പുള്ളിയുടെ സൂക്ഷ്മതയാണ് അതിന്റെ കാഴ്ച. മനസ്സിലെ ചില്ലുകൊണ്ടു ബന്ധനസ്ഥനായ രാഷ്ട്രീയത്തടവുകാരൻ മുക്രയിടുമ്പോൾ മാത്രമേ കവിതകൾ മനുഷ്യനെ മുഴുക്കെ ഒന്നു നോക്കുന്നുള്ളൂ. അകത്തെ സൂക്ഷ്മലോകമാണ് കവിതകളിലൂടെ തള്ളി നോക്കാൻ ശ്രമിക്കുന്നത് എന്ന് തോന്നുന്നു. ഇത് അകത്തിന്റെ കവിതകളാണ്. ഇടർച്ചകളില്ലാതെ എല്ലാവൈരുധ്യങ്ങളെയും നീട്ടി വിളിക്കാൻ ആഗ്രഹിക്കുന്ന, ചിലപ്പോഴൊക്കെ സ്വീകരിക്കാൻ തയ്യാറാവുന്ന അകത്തേയ്ക്കു ചാഞ്ഞ വരികൾ.

മറ്റൊരു മാർഗ്ഗവുമില്ലാത്ത എന്നെയാണ് കവിത പ്രതിനിധാനം ചെയ്യുന്നത്. ഒരു കാറ്റും കൊണ്ടുപോകാത്ത കോള്. ബോധതലത്തെ മുഴുവൻ ഗ്രസിച്ചിരിക്കുന്ന 'അക്കാദമിക വ്യവഹാരം' കവിത ഉൾപ്പെടെയുള്ള സാഹിത്യകലാരൂപങ്ങളെ അശ്രദ്ധപ്പെടുത്താറുണ്ട്. അതു കൊണ്ട് അറുതിയിലാണ് ഞാൻ കവിയായി സ്വയം സാക്ഷ്യപ്പെടുത്താറുള്ളൂ. സദാ ഗവേഷകനാണ് എന്നാണ് തോന്നൽ. എന്നിട്ടും മനസ്സിന്റെ ഏതൊക്കെയോ ഒളിസങ്കേതങ്ങളിൽ നിന്നും കവിതയുടെ 'ബബിൾസുകൾ' ഇടയ്ക്കൊക്കെ ഊതിവിടുന്ന പ്രേരണകൾക്ക് നന്ദി.

ഒരു പുസ്തകമായി കവിതകൾ ചേർത്തുവയ്ക്കപ്പെടുമ്പോൾ ചിലരെ സ്നേഹത്തോടെ ഷെയറുചെയ്യുന്നു. ദില്ലി ജെ.എൻ.യു

വിലെ ഗവേഷകരായിരുന്ന സ്റ്റാൻലിയുടെയും സുഹൃത്തുക്കളുടെയും 'ദില്ലിപോസ്റ്റ്' എന്ന ബ്ലോഗിലൂടെ ആണ് കവിതയെഴുത്തിന് തുടർച്ച ലഭിക്കുന്നത്. കവിതയ്ക്ക് ആദ്യമായി എണ്ണയടിച്ചുതന്നവർക്ക് ലൈക്ക്. സുഹൃത്തും കവിയുമായ കൃഷ്ണകുമാർമാഷ് കവിതകൾക്കൊപ്പം നല്ലവാക്കുമായി നിത്യം കൂടെയുണ്ട്. അത് ഈ പുസ്തകമിറക്കലിലും തുടരുന്നു. കവിതകൾ പലപ്പോഴായി വായിക്കുകയും അഭിപ്രായം പറയുകയും ചെയ്തവർക്ക് നന്ദി.

അകത്തെ സൂക്ഷ്മലോകങ്ങളുടെ കാഴ്ചബംഗ്ളാവാണ്. സൂക്ഷിച്ച് നോക്കണേ, ടിക്കറ്റെടുത്ത് പൈസ പോവല്ലേ എന്ന് എന്നിലെ പ്രൊഫഷണലിസക്കാരൻ.

വിജിത്ത്

കോഴിക്കോട് ഉള്ളിയേരി സ്വദേശി. അച്ഛൻ കെ. വേലായുധൻ, അമ്മ കെ. വത്സല. കാലിക്കറ്റ് യൂണിവേഴ്സിറ്റിയിൽ നിന്നും മനഃശാസ്ത്രത്തിൽ ബിരുദാനന്തരബിരുദവും ദില്ലി ജെ.എൻ.യു.വിൽ നിന്നും വിദ്യാഭ്യാസ മനഃശാസ്ത്രത്തിൽ പി.എച്ച്.ഡി യും നേടി. കേരളത്തിലെ വിവിധ ഗവ. കോളേജുകളിൽ അദ്ധ്യാപകനായി ജോലി ചെയ്തു വരുന്നു.

ഭാര്യ: സോഫിയ, മകൻ: പ്രയാൺ.

വിലാസം: 'വസന്തം', ഉള്ളിയേരി. പി.ഒ, കോഴിക്കോട്

ഇ-മെയിൽ: vijith123@gmail.com

വിജിത്ത് കെ

ഉള്ളടക്കം

മാതാംതോട്

മാതാം തോട്ടിൽ മുങ്ങാങ്കുഴിയിട്ട പലരും
കൂട്ടുകാർ എണ്ണം തെറ്റിച്ചതുകാരണം തിരിച്ചുവന്നില്ല.
ഒരിക്കലും വറ്റാത്ത തോട്
മക്കളെകാണിച്ചു തരില്ലെന്ന്
ചില അമ്മമാർ കണ്ടുമുട്ടുമ്പോൾ പരാതി പറഞ്ഞു.
കുട്ടികളെന്നിട്ടും എണ്ണം തുടർന്നു.
കഴിഞ്ഞ വേനലിൽ തോട്ടിലെ വെള്ളം ആദ്യമായി വറ്റിയിരുന്നു.
അതിനു ശേഷം, ചില തെറിച്ച പിള്ളേർ പറഞ്ഞു നടക്കുന്നത്
തോട്ടിനടിയിൽ വെള്ളമില്ലാതെ ജീവിക്കുന്ന
മീനുകളെ കണ്ടെന്നാണ്.
നാട്ടിലെ അമ്മമാർ മാത്രം അതു വിശ്വസിച്ചു.

■

ധ്യാനബുദ്ധൻ

എല്ലാ മീനുകളും മരിച്ച അക്വേറിയത്തിൽ
കണ്ണടയ്ക്കുമ്പോൾ മാത്രം കാണുന്നു
ജലപ്പരപ്പിലെ ഇളക്കങ്ങൾ,
വഴുതിമാറുന്ന സ്വർണ കന്യക,
അടിത്തട്ടിലെ ധ്യാനബുദ്ധൻ.
കണ്ണുതുറക്കുമ്പോൾ എല്ലാ മീനുകളും
ശ്വാസം കിട്ടാതെ മരിക്കുന്നു.
ധ്യാനബുദ്ധൻ തുടരുന്നു.
■

വ്യാജ പ്രൊഫൈൽ

ഒറ്റയ്ക്കായിരുന്നില്ല വഴികൾ.
നഗരം വിട്ടാൽ കൂട്ടുവരുമെന്നു
പറഞ്ഞ കാറ്റിനെ കണ്ടില്ല.
വീട്ടിലേക്കു നടക്കുന്ന വഴിയിലെ
ആകാശം തൊട്ടുനില്ക്കുന്ന മരമെങ്ങുപോയി ?
ഗേറ്റ് കടക്കുമ്പോൾ ബോഗൻ വില്ലയുടെ
നോവുകൾ ചാഞ്ഞു കിടന്നില്ല.
വാതിൽ തുറക്കുന്നത് നീയായിരിക്കില്ല.
വരുമെന്നു പറഞ്ഞ ഞാനായിരിക്കില്ല മുൻപിൽ
അപരിചിതരാവില്ല എന്നാലും നമ്മൾ.
■

ധ്യാനം

പുറത്ത്
ബാങ്കുകാർ, പലിശക്കാർ, വഴിപോക്കർ,
മുൻപ് സുഹൃത്തുക്കളായിരുന്നവർ,
വിശന്നു വലഞ്ഞ സദാചാര പോലീസുകാർ.
വാതിലിൽ, ആ വാതിലിൽ
അവരുടെ ജുഗൽബന്ദി.
എന്നിട്ടും എത്ര ഏകാഗ്രമാണ്
ഫാനിനു കീഴിലെ നിന്റെ ധ്യാനം.
■

കിണർ

ചെറുപ്പത്തിൽ ഒക്കത്തിരുന്ന്
എണ്ടുനോക്കേണ്ടുന്ന എന്തോ ഒന്ന്.
മുതിർന്നപ്പോൾ കണ്ടു
താഴേക്കോ മുകളിലേക്കോ
എന്ന് സംശയിച്ചു നിൽക്കുന്ന പടവുകൾ,
വെള്ളത്തിന് മീതെ എഴുത്തിനിരിക്കുന്ന മീനുകൾ,
മാടിവിളിക്കുന്ന എന്നെ.
അതിൽ പൊന്തിക്കിടന്നു അങ്ങാടിയിലെ തോൽവികൾ,
ആരോടു പറഞ്ഞിട്ടും മനസ്സിലാവാതെ പോയ
ചില വാക്കുകളുടെ അവശിഷ്ടങ്ങൾ.
നിലതെറ്റിനിന്നു പാതിരാനേരങ്ങൾ.
കാഴ്ച മങ്ങിത്തുടങ്ങിയപ്പോൾ
തെളിഞ്ഞുവരുന്നുണ്ട് പണ്ടേ അകപ്പെട്ടുപോയ
ഒരു സിംഹഗർജ്ജനത്തിന്റെ
നിഴലൊലികൾ.

■

തീർച്ചപ്പെടൽ

ബാൽക്കണിയിൽ നിന്നാണ്
അതിന്റെ സഞ്ചാരം തുടങ്ങിയത്.
അതോടെ പൊട്ടിച്ചിരികൾ വിരുന്നുവരാതായി.
ചുവരുകളെയും
അവയിൽ ഫ്രെയിം ചെയ്തുവച്ച കുട്ടിക്കാലത്തിനും
മരണപ്പെട്ടവരുടെ അനന്തതയിലേക്കുള്ള
നോട്ടത്തിനും മുകളിലൂടെ
സ്റ്റീൽ കൈവരികളിൽ തെന്നി
അത് താഴേയ്ക്ക് വന്നു.
അതിഥികളുടെ മുറി തുറക്കാതായി.
മുറിഞ്ഞ വായനയുടെ അടയാളം പേറി കുറേനാൾ
കിടന്ന പുസ്തകത്തിലേക്ക് കാഴ്ച്ച മടങ്ങിയില്ല.
അവസാനം കീഴടങ്ങിയത്
ഇടയ്ക്കിടെ എരിഞ്ഞ അടുപ്പും
മാംസത്തിന്റെയും
പഴങ്ങളുടെയും പച്ചക്കറികളുടെയും
യൗവ്വനം നിലനിർത്തിയ
ഫ്രിഡ്ജുമാണ്.
ഞങ്ങൾ എന്ന വാക്കുകൊണ്ട്
ബന്ധിപ്പിക്കപ്പെട്ട
ചിലയിടങ്ങളിൽ മാത്രമേ
ഇപ്പോൾ അതെത്താതെയുള്ളൂ.
എന്നിട്ടും അതിനെ
ചിലന്തിവല എന്നുവിളിക്കണമോ
എന്ന കാര്യത്തിൽ
ഞങ്ങൾക്ക് തീർച്ചപ്പെടാൻ കഴിയുന്നുണ്ട്.

■

അവസാനത്തെ ബസ്

അവസാനത്തെ ബസ്
ഒരു അഭയസ്ഥാനമാണ്.
തിരികെ വരുന്നവരുടെയും
പുറപ്പെട്ടു പോവുന്നവരുടെയും
നിശ്വാസങ്ങൾ ഒരു സീറ്റിൽ
പരസ്പരം ചാരും.
അല്ലെങ്കിൽ ഒരു കമ്പിയിൽ
ചുരുട്ടിപ്പിടിക്കും.
യാത്രയിലെ മയക്കത്തിൽ നിന്നും
ഞെട്ടി ഉണരുമ്പോൾ
ചിലപ്പോൾ സ്ഥലമെത്തിയിരിക്കും.
അത് സമ്മാനിക്കും
മുറിഞ്ഞ ഒരു സ്വപ്നം.
കാത്തിരുന്ന് ഉറങ്ങിപ്പോയ
ഓരോ വീടും അപ്പോഴുണർന്നിട്ടുണ്ടാവും.
■

കവിതപ്പറമ്പ്

പുതിയ താമസക്കാർ വന്നതിന് ശേഷമാണ്
പറമ്പിന് ഒരനക്കമൊക്കെ ആയത്.
ചില ചാർച്ചക്കാര് കാലാകാലങ്ങളായി പൊറുത്ത്
തരിശായിപ്പോയിരുന്നു ഭൂമി.
പൂവരശും ശീമക്കൊന്നയുമൊക്കെ
ആലിനും കൊന്നയ്ക്കും കൂട്ടുകാരായി.
അടുക്കളത്തോട്ടത്തിലെ
കാന്താരിയും ബിലിംബിക്കയും
എരിവും പുളിയുമൊക്കെ തന്നു.
സസ്യഭുക്കായിമാറിയിരുന്ന മണിപ്പൂച്ച
മീൻമുറിച്ച ചട്ടി
തെങ്ങിൻ ചോട്ടിൽ കമഴ്ത്തുന്നത് കാത്തിരുന്നു.
അവര് കൊണ്ടുവന്ന ആടും കോഴിയുമൊക്കെ
കരഞ്ഞും കൊക്കരച്ചും നടന്നു.
കോഴി ചിക്കിയേടത്ത് നിന്ന്
കുപ്പിവളക്കഷ്ണങ്ങൾ കിട്ടി.
ചിലരൊക്കെ ഇടയ്ക്ക് പറമ്പുനിറഞ്ഞാടി വന്ന്
അവതാളത്തിൽ രണ്ടും മൂന്നുമൊക്കെയങ്ങു പറയും
കൂട്ടത്തിൽ ആരും പറയാത്ത സത്യങ്ങളും.
ചാർച്ചകാര് അശ്ലീലമെന്ന് പരാതി പറയും.
എന്നാലും പുതിയ താമസക്കാർ വന്നതിനു ശേഷമല്ലേ
പറമ്പിൽ നിന്നും നല്ല അനുഭവം കിട്ടിത്തുടങ്ങിയത്.

■

പ്രവാസം

മഴയുണ്ട്, മഴയത്ത് കയറിവരുന്ന
ജീവികളുണ്ട്.
ചില നാട്ടുകാരുണ്ട്,
വളയുകയും പുളയുകയും ഇടുങ്ങുകയും
പൊടുന്നനെ അവസാനിക്കുകയും ചെയ്യുന്ന
മനസ്സും വഴിയുമുണ്ട്.
വീടുണ്ട്, വീട്ടുകാരിയുണ്ട് കൂടെ.
ഒട്ടും കയ്പ് കുറയാത്ത വേപ്പുണ്ട്.
നാട്ടിലേപ്പോലെ ഉറക്കം വരാത്ത രാത്രികളുണ്ട്.
വേരുകൾ എന്നാലും വിളിക്കുന്നു
ഇലകളെ.

■

ഏകാംഗ നാടകം

പുലർച്ചെ അവസാനിച്ച നാടകത്തിലെ
വെളിച്ചം വീട്ടിൽ കൊണ്ടുവന്നു.
അപ്പോഴേക്കും ഉറങ്ങിയിരുന്ന മുഖങ്ങൾ
തിരക്കിട്ടഭിനയിച്ചു സംഘർഷങ്ങൾ.
ആ വെളിച്ചത്തിൽ
കണ്ണാടി നോക്കി കുറേനേരം.
ഒരു കിളിയും നിശബ്ദതയും കലഹിച്ചു മയങ്ങി.
നേരം വെളുത്തപ്പോൾ വെളിച്ചം മങ്ങി.
കർട്ടൻ താണു കട്ടൻ കുടിച്ചു.
കുളികഴിഞ്ഞു നോക്കിയപ്പോൾ കണ്ടു,
എന്നിൽ നിന്ന് എന്നിലേക്കുള്ള നോട്ടം
കണ്ണാടിയിൽ മായാതെ.

■

പട്ടം

കടൽ വിരുന്നു വന്നു.
തൊട്ടിലിൽ കിടന്നപാടെ
തിരമാല ഉറക്കമായി.
മീനുകൾ വീടിനുള്ളിൽ ഒളിച്ചു കളിച്ചു
(ചിലത് എന്റെ സ്വകാര്യതയുടെ
വിള്ളലുകളിൽ ഒളിച്ചിരുന്നു)
ശംഖ്
അയലത്തെ പെണ്ണിനെ ചൂളമടിച്ചു.
പൊട്ടിപ്പോയ പട്ടം
എനിക്ക് സ്വപ്നത്തിൽ തിരിച്ചു കിട്ടി.
■

കണ്ണ് തുടയ്ക്കുന്ന പെൺകുട്ടി

ചുവരിലെ പഴയ ആണിയിൽ
കുരിശേറിയ
പുതിയ വർഷം.
ഹൃദയം പൊട്ടാറായ ഡയറി
നിനക്ക് കൂട്ടിരിക്കുന്നു.
അവളുടെ മങ്ങിയ
കാഴ്ചയിൽ
നിന്നെ ഓർമിപ്പിക്കുന്ന
ചിലതൊക്കെയും.
■

പച്ചത്തെയ്യം

വാക്കോ സ്പർശമോ
നോട്ടമോ കൂട്ടിനില്ലാത്തവർ
തെറ്റിയ നേരങ്ങളിൽ
കാടുകയറി.
അവർ ഒറ്റയായിപ്പോയവരുടെ
തെയ്യം കെട്ടി.
പ്രാചീനമായ പച്ച സാക്ഷി.
അവർ കേട്ടു, അവർതന്നെ
പരിഭവം പറഞ്ഞു.
അവർ മുഖത്തെഴുതി,
അവർ തന്നെ കണ്ണീരുകൊണ്ടതു കളഞ്ഞു.
ഒരു തെയ്യവും കാടിറങ്ങിയില്ല.
അവരെ തിരഞ്ഞുപോയവരുടെ വഴികൾ
കാട്ടിനുള്ളിൽ മാഞ്ഞുപോയി.
■

ഡിജിറ്റൽ

രണ്ടുനാട്ടിലാണ്.
ശീമക്കൊന്നയുടെയും ചെമ്പരത്തിയുടെയും
വേലികൾ ഞങ്ങൾക്കിടയിൽ ഇന്നില്ല.
അതിനിടയിലൂടെ നൂണ്ടുവന്ന
ഹൃദയമിടിപ്പും,
പൂവിറുത്തുപോയ കൈകളും.
ഇപ്പോഴും അവളുടെ എസ്. എം. എസ്സുകൾ
വന്നിറുത്ത് പോവുന്നുണ്ട് പൂക്കൾ
ഒരു ഭയവുമില്ലാതെ,
എന്റെ കൈകളെ കുതറാതെ.
■

കോളനി

പൂക്കാലമായി
കുന്ന് പൂത്തതില്ല.
താഴ്‌വരയിലെ
തെച്ചിയും മന്ദാരവും
മുകളിലേക്കുള്ള വഴിയിൽ
വന്നെത്തി നോക്കി.
വഴിതെറ്റി വന്ന പൂമ്പാറ്റ
വേനലിന്റെ ഒരിതളുമായി
തിരിച്ചു പോയി.
പാതിവഴിയിൽ കിതച്ചു നിന്നു
പൂവേ പൊലി.
ചൂടിയില്ല നിറങ്ങൾ.
എത്രകാലം വരില്ല
പൂക്കളിതുവഴി?

■

ജൈവം

(1)
പാലം പണിതപ്പോൾ
കടത്തുകാരൻ പൈങ്ങ പറിക്കാൻ പോയി.
ഒരായലിൽ അയാൾ
ഒരു കവുങ്ങിൽ നിന്നും മറ്റൊന്നിലേക്ക് ഓരോളമായി.
ആ ഓരോ ആയലിലും
കരയിലുപേക്ഷിക്കപ്പെട്ട തോണിയും പങ്കായവും
ഒഴുക്കുപിടിച്ചു.

(2)
വൈകുന്നേരം കടൽത്തീരത്തെത്തി.
കാറ്റാടിയ്ക്കു താഴെ ഞങ്ങളിരുന്നു.
വാക്ക് കൂട്ടിവെച്ചു വീടുണ്ടാക്കി.
വീട്ടുകാരനും വീട്ടുകാരിയുമായി.
മടങ്ങുമ്പോൾ അവൾ പറഞ്ഞു
'കടലുനോക്കാൻ മറന്നു'
രണ്ടാവുന്നിടത്തെത്തിയപ്പോൾ
അവളുടെ കണ്ണിൽ തിരയുണ്ടായിരുന്നു.
■

എ ടെയ്ൽ ഓഫ് ത്രീ സിറ്റീസ്*

ദില്ലി

മിനാരങ്ങളും ശവകുടീരങ്ങളും
ഓർത്തുവെച്ചതിന്
ക്യാമറയുടെ
കാവൽ.

ബോംബെ

പാസഞ്ചറുകളുടെ തിരക്കിൽ
കൈമാറപ്പെടാതെ പോയ
കാഡ്ബറീസ് എക്ലയേഴ്സ്.

തിരുവനന്തപുരം

കനകക്കുന്നിൽ കാറ്റുകൊള്ളുന്ന
ഫയൽനമ്പരിട്ട
വികാരങ്ങൾ.

■

*മീനാക്ഷി – എ ടെയ്ൽ ഓഫ് ത്രീ സിറ്റീസ് എന്ന
പേരിൽ നിന്നുള്ള പ്രചോദനം

കവിത

നിനക്ക് പേരിടണമെന്നുണ്ട്.
പലതും ചേരുന്നില്ല.
നിന്റെ എന്തിനെയോ അതൊന്നും
ഉൾക്കൊള്ളുന്നില്ല.
റെയിൽപ്പാളത്തിൽ നിന്നും
ഒരു പുതിയ പ്രണയവുമായി വന്ന
നിന്നെ ഒട്ടും.
എത്ര വൈരുധ്യങ്ങൾ നിറഞ്ഞിട്ടും
പൊട്ടിപ്പോവാത്ത നിനക്ക്
കവിത എന്ന പേര് ചേരുമായിരിക്കും.
■

ഉടമ്പടി

തിന്നു തടിച്ചവരുടെയും
തിന്നാനില്ലാതെ മെലിഞ്ഞവരുടെയും
ശരീരങ്ങൾ കാലത്തും വൈകീട്ടും
റോഡിലും പാർക്കിലും വെച്ചു കണ്ടുമുട്ടുന്നു.
ഒരു ഉപാധിയുമില്ലാത്ത പ്രണയം
ഒറ്റ നോട്ടത്തിൽ കൈമാറി പിരിയുന്നു.
മരങ്ങളും വിജനതയും അതിന്
സാക്ഷി പറയുന്നു.

■

നോട്ടം

ഒരു മഴക്കാലത്ത്
മേഘങ്ങൾ ഒരു പണിയുമില്ലാതെ വെറുതെ
നടക്കുകയായിരുന്നു.
ഒരു മൈതാനത്തിനു മുകളിലെത്തിയപ്പോൾ
താഴെ രണ്ടുകുട്ടികൾ കളിച്ചു രസിക്കുന്നു.
ഒന്നു നോക്കിയതേയുള്ളൂ,
ഒരു കുട്ടി മിന്നലേറ്റേയെന്നും പറഞ്ഞ്
കരച്ചിലായി.
■

ലോലം, കഠിനം

ഒരു കരിങ്കൽ ശില്പം
എത്ര ലോലം മനസ്സുപോലെ.
വടിവുകളുടെ നിഷ്കളങ്കത,
സദാ സൂക്ഷിച്ചുവെച്ച തണുപ്പ്.
മനസ്സ് എത്ര കഠിനം
ഒരു കരിങ്കൽ ശില്പം പോലെ.
ഉറച്ച സംശയങ്ങൾ,
ഒരു കരച്ചിലിലും ഉടയാത്ത നിസംഗത.

■

ഓർമ/മറവി

അയ്യപ്പനോ അതോ മറ്റാരോ എന്ന്
തീർച്ചപ്പെടാത്ത ഒരു രൂപം
ഉണർവിനും ഉറക്കത്തിനും
ഇടയിൽ നിന്ന് കവിത ചൊല്ലി.
പാതിവഴിയിൽ പിണങ്ങിപ്പോയി.
മുറിഞ്ഞു പോയ ഒരു വരി കാത്തു നിൽക്കുന്നു,
വഴിതെറ്റിപ്പോയവരുടെ വാക്കുകളെ.

■

ഇലകളുടെയും വേരുകളുടെയും കള്ളനും പോലീസും*

കാത്തിരിപ്പിനൊടുവിൽ അവൾക്ക് ലഭിച്ചു ആലവട്ടം. അതിൽ നിന്നും പിന്തിരിഞ്ഞ ഒരു നോട്ടം നക്ഷത്രങ്ങൾ അതിരുവെച്ച ഇരുട്ടിൽ ഉലാത്തിക്കൊണ്ടിരുന്നു. പൊട്ടിപ്പോയ കളിപ്പാട്ടങ്ങൾ ചേർന്ന് പുതിയ കളിയുണ്ടാക്കി. ഇലകളുടെയും വേരുകളുടെയും കള്ളനും പോലീസും. കളിക്കിടയിൽ ഒരു തുമ്പിക്ക് വെടിയേറ്റു. അത് വീടുകളുടെ ശ്മശാനത്തിൽ വിശ്രമിക്കാൻ പോയി. മുളകൾ കാട്ടുതീയുമൊത്ത് നൃത്തം തുടങ്ങി. ഒപ്പം കൂടി കടൽ രഹസ്യങ്ങൾ. ഒറ്റക്കാലിൽ അവസാനിച്ചു. തപസ്സൊരു പുസ്തകം തിരഞ്ഞു. അലമാരയിൽ കണ്ടെത്തുന്നു, കാണാതായ എല്ലാ പെൺകുട്ടികളേയും. അതിൽ ഒരു കുഞ്ഞു ദൈവമുണ്ട്, പേര് പെൺകുട്ടി ഭഗവതി. എല്ലാവരും കൂടി സിനിമ കാണാൻ പോയി. ഒരു സീനെത്തിയപ്പോൾ പെൺകുട്ടി ഭഗവതി ഒരു ജീവനെ ഛർദ്ദിച്ചു. എല്ലാവരും ഒരു പന്തുപോലെ, തുടങ്ങാതെ, അവസാനിക്കാതെ. പച്ച കളറടിക്കണം, കണ്ണിന് താഴെ കാഴ്ചയ്ക്ക് കാവൽ നിൽക്കുന്ന ഉറുമ്പിനെ. രക്തം തെളിഞ്ഞു കത്തി. കടൽ ഒരു പെൺകുട്ടിയെ നീലം മുക്കി. പശ്ചാത്തലത്തിൽ ജാതകം നോക്കുന്ന കാലത്തിന്റെ ചിത്രം.

*ഒരു ചിത്രപ്രദർശനത്തിന്റെ തത്സമയ വരികൾ

മഴകൊള്ളൽ

മഴ കൊള്ളണമെങ്കിൽ
ഒരു തകരമേൽക്കൂരയ്ക്ക്
താഴെയിരിക്കണം.
തുള്ളിയായ് പെയ്യും ശബ്ദങ്ങൾ.
കാണികളുടെ കരഘോഷങ്ങളിൽ
മുങ്ങിപ്പോയ ഒരു സിംഫണി പോലെ
അതവശേഷിപ്പിക്കും
ശരീരം ഏറ്റുവാങ്ങാതെ പോയ തണുപ്പ്.
തകരമേൽക്കൂരയ്ക്ക്
താഴെയിരുന്നാൽ നനയാം.
പെയ്യാത്ത ഒരു മഴ.

■

പറയാതെ പോവുന്നവർ

ഒന്നും പറയാതെയാണ്
പെങ്ങൾ പോയത്.
പെട്ടിയിൽ
ഒരുവാക്ക് പോലും കണ്ടില്ല.
ചിലരെഴുതിവെക്കും
ഒരു കുറിപ്പോ
കവിതയോ
വിട എന്ന്
കൈത്തണ്ടയിലെങ്കിലും.
ഒന്നും പറയാതെ എഴുതാതെ
പോയവരൊക്കെ
വാക്ക് ചങ്കിൽ കുടുങ്ങിയാവണം
മരിച്ചത്.

■

ആക്സിഡന്റ്

ഇന്നലെവരെ അവളുടെ ചിത്രങ്ങളിൽ
ഞങ്ങൾ നാലുപേരും
ഉണ്ടായിരുന്നു.
ഇനി വരയ്ക്കുമോ അവൾ
നദിക്കരയിലെ
വീടിന്റെ മുറ്റത്ത്
പള്ളിയിൽ ഉറങ്ങാൻ പോയവരെ?
■

അന്തഹീൻ*

നിന്റെ മരണശേഷം
അറിഞ്ഞ പ്രണയത്തെ
ഞാനെന്തു ചെയ്യണം?
കൊരുത്തുപോയ പട്ടം പോലെ
നീ എന്നിൽ ബഹളം വയ്ക്കുന്നു.
■

*ബംഗാളി സിനിമയുടെ ഓർമ്മയിൽ

ഒച്ച

ശമ്പളം,
ഡിസിപ്ലിൻ കമ്മിറ്റി മീറ്റിംഗ്,
ഇന്റേർണൽ മാർക്ക്,
യാത്രയയപ്പ്,
താക്കോലില്ലാത്ത മേശ.
നിശബ്ദത യൂണിഫോമിടാതെ
മാർച്ചു ചെയ്തു.
ഒച്ചവച്ചവരുടെ ലിസ്റ്റിലെ
ഒന്നാം പേരുകാരനെ
മൗനത്തിന്റെ കോടതി നാടുകടത്തി.
■

എഴുത്ത്

ചില കവിതകൾ എഴുതരുത്
ചോർന്നുപോകും ഉള്ളിൽ
സൂക്ഷിച്ചുവയ്ക്കേണ്ട വിങ്ങൽ.

ചില കവിതകൾ എഴുതണം
പെയ്തൊഴിയില്ല ചില നോവുകൾ
വാക്കുകൾ കടം കൊള്ളാതെ.
■

മുറിവ്

തുറന്നുവിട്ട ചോരയിൽ
ഉണങ്ങിപ്പോയി
നിറയെ മുറിഞ്ഞിരുന്ന
ഒരു ബാല്യം.
ഇനി വരില്ല
മുതിർന്ന മനസ്സിനെ
ഇടയ്ക്കിടെ കല്ലെറിയാൻ.
■

നഗ്നം

വായനയിൽ കയറിവന്നു
ഉപമയിൽ നിന്നും
സ്വതന്ത്രമാക്കപ്പെട്ട് ഒന്ന്.
അതുപറഞ്ഞു അർത്ഥത്തിന്റെ
കൂടിനെക്കുറിച്ച്.
വഴിമുടക്കി നിന്നു
ഉപമിക്കപ്പെടാത്തതിന്റെ
തുറസ്സും അതിന്റെ
സാധ്യതകളും.
■

പരമ്പര

ഒരു മരക്കൊമ്പിൽ
വന്നിരുന്ന രണ്ടു കിളികൾ
പലതായ് പറന്നകന്നു.
ചിറകടികൾ, പല ആകാശങ്ങൾ
ഒരുനാൾ വരും
രണ്ടുപക്ഷികൾ
പലതായ് പറക്കാൻ
■

ബിംബം

കവിതയിൽ
പലതവണ പൂത്ത
നീലക്കടമ്പിൽ വന്നിരുന്ന പക്ഷി
വാക്കുകളുടെ ഒടിഞ്ഞ കൊമ്പിൽ നിന്നും
തിരികെ പറന്നു.
കവി കടലാസുമടക്കി
തോണിയുണ്ടാക്കി.
■

അജൈവം

പുഴ
ഒരു റിപ്പോർട്ട്
കാത്തുനില്ക്കുന്നു.
കുന്ന്
ഉത്തരവിനെ.
ചില മനുഷ്യർ
മറ്റു ചില മനുഷ്യരെ.
■

ഉടലുകൾ

തളർന്നുറങ്ങുന്നു മെലിഞ്ഞ
കരയുള്ള മുണ്ട്.
കരച്ചിലുറ്റുന്ന സാരി.
കാറ്റിനൊപ്പം പോവാൻ
ഇടയ്ക്കിടെ വാശിപിടിക്കുന്ന ചുരിദാർ
സ്വയം മുറിവേൽപ്പിച്ച ഒരു ജീൻസ്.
ഉണങ്ങിയാൽ എടുത്തിടണം
നനച്ചിട്ട ഉടലുകൾ.
■

ഞാൻ

തീയിൽ കുരുത്തതാണ്
വെയിലത്ത് വാടില്ലായിരിക്കും
തണലാണ് എന്നാലും
എനിക്കേറെയിഷ്ടം.
■

വിനിമയം

നാലാം നിലയിലെ കുഞ്ഞുടുപ്പുകളുടെ ഇടനാഴിയിൽ
പൂക്കൾക്കും നക്ഷത്രങ്ങൾക്കും
വയലറ്റ് മാത്രം മതിയെന്ന കുഞ്ഞു ശാഠ്യങ്ങൾക്കും
ഇടയിൽ നിന്നെ കാണാറുണ്ട്.
നീ കണ്ടിരിക്കുമോ
ഇടയ്ക്ക് മാത്രം വിരിയുന്ന
നിന്റെ ചിരിയുടെ പൂക്കൾ
ഇറുത്തുപോവുന്ന എന്നെ?
■

ലഹരി

സിഗരറ്റും മദ്യവും
ഇണചേർന്ന ഒരു വൈകുന്നേരം
ചില ശരീരങ്ങൾ
മറന്നുവെച്ച മനസ് തിരയുന്നു.
■

വിനോദയാത്ര

വെള്ളച്ചാട്ടം കാണാൻ പോയിരുന്നു.
അതൊക്കെ ചുമരിൽ ആണിയടിച്ചു തൂക്കിയിട്ടുണ്ട്.
ആരും നോക്കാതെ പൊടിപിടിച്ചു കിടക്കുന്നു.
അയലത്തെ വീട്ടിലെ കുട്ടി
ചിലപ്പോൾ പൊടിയിൽ പേരെഴുതി വയ്ക്കും.
കുറേക്കഴിയുമ്പോൾ അതും മാഞ്ഞുപോവും.
ഒന്നുമാത്രം എല്ലാവരും ഓർക്കുന്നുണ്ട്.
അന്ന് കയത്തിലാണ്ടു പോയ
വളയിട്ട കൈകൾ.
■

ബാല്യകാലസഖി

ഒരു വെള്ളത്തണ്ടും
മായ്ച്ചില്ല.
കേട്ടെഴുത്തിൽ തെറ്റിപ്പോയ
പ്രണയം എന്ന വാക്ക്.
പൊട്ടിയ സ്ലേറ്റിന്റെ
രണ്ടു പാതിയിൽ
മായാതെ അതിപ്പോഴും.

■

മരണവീട്

ഓർമ്മ
അടുക്കും ചിട്ടയുമില്ലാതെ
സ്കൂൾ വിട്ടുവരുന്ന കുട്ടികളെപ്പോലെ
ഓടിയെത്തും.
ചിലത് നിലവിളിയിലേക്ക്
എളുപ്പം പരിഭാഷപ്പെടും.
ചിലത് കിണറ്റിൻ കരയിലും
പുളിമരച്ചോട്ടിലും
അടക്കം പറഞ്ഞ് തങ്ങിനിൽക്കും.
ചിലത്
ഹൃദയത്തിൽ നിന്ന് ഹൃദയത്തിലേക്കുതന്നെ
സഞ്ചരിച്ചു കൊണ്ടിരിക്കും,
വഴിതെറ്റി, വഴിതെറ്റി.
■

നാരങ്ങാ മിഠായി

കടലിലേക്കിറങ്ങിപ്പോയ
ചില കാൽപ്പാദങ്ങൾ
തിരമാല മായ്ക്കും മുൻപ്
അവൾ ശേഖരിക്കാറുണ്ട്.
തിരിച്ചു നടക്കാറില്ല ചിലവ.
തേടിയെത്താറുണ്ട് ചിലർ
ജീവന്റെ അവസാന വിനിമയത്തെ.
അവളുടെ കണ്ണുകളിൽ നിന്നും
അവരത് വീണ്ടെടുക്കും.
അവളപ്പോൾ കുഞ്ഞു മാലാഖയാകും.
നാരങ്ങാമിഠായി... നാരങ്ങാമിഠായി...
അവൾ നീട്ടി വിളിക്കും.
■

ആത്മഹത്യ

പത്രമാപ്പീസിലെ പണികഴിഞ്ഞ്
അംഗനവാടീടടുത്തവൻ
അവസാന ബസ്സിറങ്ങും.
ഇടയിറങ്ങിയാൽ വയലാണ്.
ഒരു സിഗരറ്റു കത്തിച്ച്
വരമ്പ് പോലെ
വയല് മുറിച്ചു കടക്കും.
ഒരു വരവും* ഒരു വഴുക്കലും അവനെ തടഞ്ഞില്ല.
വയലുകഴിഞ്ഞ് കുമാരനെ അടക്കിയ
പറമ്പിലെത്തുമ്പോഴേക്കും
അവസാനത്തെ പുകയുടെ കൂട്ടും വിട്ട്
അവനേകനാകും.
ആ പറമ്പിന്റെ ഒരറ്റത്തൂടെ കയറിയാൽ
അവന് മുറ്റത്തെത്താം.
പതിനഞ്ചുവർഷം
ഇരുട്ടിൽ തെറ്റാത്ത അവന്
അന്നുരാത്രി ഏത് വെളിച്ചമാണ്
ആ പറമ്പിന്റെ മൂലയിലെ പൊട്ടക്കിണറിലേക്ക്
വഴികാണിച്ച് കൊടുത്തത്?

■

* രാത്രി കാലങ്ങളിലെ പിശാചുക്കളുടെ സഞ്ചാരം

ആവിഷ്ക്കാരം

ആദികാലം തൊട്ട്
നിന്നെ ഞങ്ങൾ ആവിഷ്ക്കരിച്ചുകൊണ്ടിരിക്കുന്നു.
'മണ്ണിൽ പച്ചകൊണ്ട്
ചിത്രം വരയ്ക്കുന്നവൻ,
കടലിലേക്ക് തുഴഞ്ഞുപോകുന്ന
സ്നേഹഗായകൻ,
ഫാക്ടറികളിൽ വിയർപ്പുകൊണ്ട്
കവിതയെഴുതുന്നവൻ'
എന്നൊക്കെ.
എപ്പോഴാണ് നിന്റെ ഒരു വരി
ഞങ്ങളെക്കുറിച്ച്?
■

ലിവിംഗ് ടുഗെതെർ

എത്രയും ലളിതം.
കുട്ടിയും പട്ടവും
മൈതാനത്തും ആകാശത്തും
വരയ്ക്കും പോലെ.
കാറ്റോ കൈയനക്കമോ കൊണ്ട്
മാത്രം ബന്ധിപ്പിക്കപ്പെട്ടത്.
കൈയൊന്നുവിട്ടാൽ
കാറ്റൊന്നു കനത്താൽ
മാഞ്ഞുപോവാം.
അപ്പോഴുമുണ്ടാവാം,
കൈവിട്ട നൂലുപോലെ
നേർത്ത ചില ഓർമകൾ.

■

ഉത്സവം

മുറുകിയ മേളം
പുലർച്ചെ ബലൂൺപിടിച്ച്
മുറിവേറ്റ നെറ്റിയും വാളുമായി
ഉറക്കം തൂങ്ങി
അയഞ്ഞ ചങ്ങലത്താളത്തിൽ
അകന്നുപോയി.
അടുത്തവർഷം
കുട്ടികൾ വെറും കൈയോടെ വരും,
മുറിവുണങ്ങിയ നെറ്റിയുമായി
വെളിച്ചപ്പാടുവരും,
കാത്തിരിപ്പുവരും,
കൊയ്ത പാടത്ത്
ഉത്സവമാകാൻ.

താളം

ചെണ്ടയുമായി
പാതിരാത്രി വന്നു,
തൂമ്പയുമായി
പുലർച്ചെയിറങ്ങി.
തടമെടുത്തു തടമെടുത്തു,
താളം മുറുകി.
ബാക്കിയായ ഉറക്കം ഇടയ്ക്ക് കയറി.
താളം തെറ്റി തൂമ്പപിണഞ്ഞു.
കൊത്തുമാറി, ചോരപൊടിഞ്ഞു.

ഇല്ലായ്മകൾ

ഒരു മീൻമുള്ള് പോലും
ഒരു പാൽപ്പാത്രം പോലും
കാത്തിരിക്കാത്ത വീടിന്റെ മതിൽ
നിത്യവും ചാടുന്നു ഒരു പൂച്ച.
ആരും കാത്തുനിൽക്കാത്ത
ഒരു തെരുവിലേക്ക്
നിത്യവും സഞ്ചരിക്കുന്നു ഞാൻ.
വീട്ടുവളപ്പിൽ നിന്നിറങ്ങുന്ന പൂച്ചയും
തെരുവിൽ നിന്ന് മടങ്ങുന്ന ഞാനും
നിത്യവും പരിപാലിച്ചു വൃത്തിയാക്കുന്നു
ഇല്ലായ്മകൾ.

■

റിലയൻസ് ഫ്രഷ്

വേനലിൽ പഴങ്ങൾ വാങ്ങാൻ
രണ്ടുപേർ നഗരത്തിലെ
കടയിൽ കയറി.
അറിയാതെ നീണ്ടു പോയ
അവരുടെ ഒരു നോട്ടം
അനാർ പഴങ്ങളിലേക്ക് അറ്റു വീണു.
വിരലുകൾ ആപ്പിൾ പഴങ്ങളുടെ
ശാഖകളായി.
മുന്തിരിവള്ളികൾക്കിടയിൽ
പഴുത്ത് അവർ
ആദി പാപത്തിന്റെ പഴമായി.
■

ശ്രുതി

പുഴ ശ്രുതി തെറ്റാതെ ഒഴുകുന്നു.
മഴയിലും വേനലിലും
കയറിയും ഇറങ്ങിയും പോവും
അതിലെ ഓളങ്ങൾ.
എളുപ്പം പഴയപടിയാവും.
അതിന്റെ ആഴത്തിൽ പോയിപ്പിടയും
ചില കാൽവഴുതലുകൾ, ഉറച്ച തീരുമാനങ്ങൾ
പഴയപടിയാവാറില്ല ആ ശ്രുതി ഭംഗങ്ങൾ.
■

ഗ്ലാഡിസ്

കടൽക്കരയിലായിരുന്നു
അവളുടെ വീട്.
ഇടയ്ക്ക് കടൽ വന്നു തൊടും അവരെ.
അഞ്ചുവയസ്സായപ്പോൾ
അപ്പനവളെ സ്കൂളിൽ ചേർത്തു.
സ്കൂളിൽ പോവുമ്പോൾ കടലോ കടൽക്കരയോ
അവൾക്ക് കൊണ്ടുപോവാൻ കഴിഞ്ഞില്ല.
കടൽ ഇടയ്ക്ക് തൊട്ടു അവരെ.
സ്കൂളുവിട്ടു അവളിപ്പോൾ മറ്റൊരുകരയിൽ
കല്യാണം കഴിഞ്ഞു താമസിക്കുകയാണ്.
ഒരു മകനുണ്ട്.
അവളുടെ അപ്പനോട് സ്കൂളിൽ നിന്ന്
പണ്ട് പറഞ്ഞവയൊക്കെ തന്നെ
അവളും അവനെക്കുറിച്ച് കേട്ടു.
ഗുണനവും ഹരണവും മാറിപ്പോവുന്നത്,
വഴിതെറ്റിവരുന്ന ദീർഘങ്ങൾ എന്നിങ്ങനെ.
പക്ഷെ,
ആ തെറ്റുകളിൽ
അവളിപ്പോൾ കൂട്ടിവായിക്കുന്നുണ്ട്
കോർത്തു കിടക്കുന്ന ചില ജീവിതങ്ങൾ.
■

കാലം

മീൻ കൊത്തിവലിച്ച മകനെ കണ്ട
ചന്ദ്രികയുടെ കൂക്കി
പലതലമുറ കഴിഞ്ഞിട്ടും
ഞങ്ങളുടെ കാതിലും ഉണ്ട്
അതേ ഒച്ചയിൽ.
മഴ കനത്താൽ വീടുകൾ സ്വപ്നം കാണും
പറഞ്ഞുകേട്ട വെള്ളപ്പൊക്കം.
മൂടോടെ പൊരിഞ്ഞുപോയിട്ടും
സുകു തൂങ്ങിയ പുളി
കിളിർത്തുവരും രാത്രി ഒറ്റയ്ക്ക് പോകുമ്പോൾ.
ഇല്ലാതായിപ്പോയ
പലകാലങ്ങളാണ് ഞങ്ങൾ.
■

അപർണസെൻ റിട്രോസ്പെക്റ്റീവ്

മിസ്റ്റർ ആൻഡ് മിസ്സിസ് അയ്യർ

എത്ര കാലം ഓർത്തുവയ്ക്കും
ചില ഫ്രെയിമുകൾ
അറിയാതെ പതിഞ്ഞ
പ്രണയത്തെ,
കാഴ്ചയുടെ സ്പർശങ്ങളെ.

15 പാർക്ക് അവന്യു

നീ വീണ്ടെടുക്കപ്പെടും
മനസ്സ് ഒറ്റയ്ക്ക് മാത്രം സഞ്ചരിക്കുന്ന
ഒരു തെരുവിൽ
പ്രണയത്തിന്റെ
ഒറ്റ അടയാളം നോക്കി.

ജാപ്പനീസ് വൈഫ്

മരണമേ നീ അയയ്ക്കൂ
എന്റെ കാമുകിയെ
വെള്ളത്താൽ ചുറ്റപ്പെട്ട
വീട്ടിലേക്ക്
പുതിയ സമ്മാനവുമായി.

■

പകർന്നാട്ടം

കണ്ണാടി മനോഹരമായ ചിത്രമാണ്
ഞാൻ എന്ന നിരന്തരം
മുളപൊട്ടുന്ന പ്രതിസന്ധികളെ
എത്ര ഭംഗിയായി വരയ്ക്കുന്നു
വെറും പ്രകാശത്താൽ.
അതേ മറുകുകൾ,
അഹങ്കാരം, വിനയം,
നെറ്റിച്ചുളിവുകളിലെ രാഷ്ട്രീയബോധം,
അസൂയ, നോട്ടങ്ങൾ (ശ്ലീലവും അശ്ലീലവും),
ഒരു കണ്ണാടിയേക്കാൾ മികച്ച കാല്പനിക
ചിത്രം ഏതാണ്?

■

കരുതൽ

നിരത്തിൽ നിന്നും മടങ്ങുമ്പോൾ
അച്ഛാച്ചൻ മുണ്ടിന്റെ കോന്തലയിൽ
എപ്പോഴും കെട്ടിവെച്ചിരിക്കും ഞങ്ങൾക്കുള്ള
തീപ്പെട്ടി വലുപ്പത്തിലുള്ള കടലമുട്ടായി.
കളികൾക്കിടയിലെ വീഴ്ചകൾക്കിടയിലേക്ക്
പാഞ്ഞെത്തും തഴമ്പുള്ള രണ്ടുകൈകൾ.
പനിക്കിടക്കയിലെ ഞെട്ടലിൽ
കണ്ണുകൾ തുറക്കുമ്പോൾ
അരികെയുണ്ടാവും
നരച്ചമീശക്കിടയിൽ ഒളിച്ചിരിക്കുന്ന
വെറ്റിലക്കറയുള്ള ചിരി.
വീട്ടിലെ ഒരു കല്യാണത്തലേന്ന് പൊടുന്നനെ
അച്ഛാച്ചൻ അവശനായപ്പോഴും
കല്യാണം മുടക്കാതെ
ആ ജീവനെ കുറച്ചുനാൾ കൂടി നീട്ടിയത്
ആ കരുതൽ തന്നെയായിരിക്കാം.

■

മണ്ണ്

അശരീരി കേട്ടമട്ടിൽ
എന്നും രാവിലെ അച്ഛാച്ചൻ
കൈത്തോടിനൊപ്പം പോവും.
വൈകുന്നേരം തോട്ടിലിറങ്ങി കുളിക്കും.
തൂമ്പ കഴുകി ചായ്പ്പിൽ വയ്ക്കും.
കിളച്ച മണ്ണ് സ്വന്തമല്ലാഞ്ഞിട്ടും
വിയർപ്പിന്റെ ഉറവ
ശരീരത്തിൽ വരമ്പ് വകഞ്ഞു.
കയ്പപ്പന്തലിന്റെ തണലത്തിരുന്ന് കഞ്ഞി കുടിച്ചു
മണ്ണിനോട് പരിഭവിച്ചില്ല മണ്ണ് തിരിച്ചും.
ആരുടെയും തെങ്ങ് ചതിച്ചില്ല,
കവുങ്ങ് ഒന്നും കണ്ട് മഞ്ഞളിച്ചില്ല,
മുളകുവള്ളികൾ വാടിയില്ല.
ഒരു ദിവസം രാവിലെ
ഒരു പരാതിയുമില്ലാതെ,
1957 ലെ മണ്ണിൽ ചേർന്നു.
■

പെയിന്റിംഗ്

കളർ

ഒരു ജലച്ചായ ചിത്രം
പിരിഞ്ഞു പോവുന്നു
അതിന്റെ ഉറവയിലേക്ക്.
കാക്ക പറന്നുപോയി
കറുപ്പിലേക്ക്.
ജലാശയം ഒഴുകിപ്പോയി
ഇളം വയലറ്റിലേക്ക്.
നിറമറിയാതെ നില്ക്കുന്നു അതിലെ
ഇനിയും വിടരാത്ത ആമ്പൽ.

ഡെപ്ത്

നീ വരച്ചില്ലേ
കാത്തുനില്ക്കുന്ന പൂക്കൾ, ഉയർന്ന കൊടി,
ഇല്ലാതായിപ്പോകുന്ന അസാന്നിധ്യം,
കാലടയാളങ്ങളുടെ പാലം
ഏകാന്ത ദ്വീപിന് കൂട്ടായി.
എന്നിട്ടും നമ്മൾ മിണ്ടാതിരുന്നില്ലെ?
എത്ര ആഴമുണ്ടായിരുന്നു
കുനിഞ്ഞ ശിരസ്സുകളുടെ
ആ ചിത്രത്തിന്.

ടോൺ

നീ വരച്ച ചിത്രങ്ങളിലൂടെ
വർഷങ്ങൾക്കുശേഷം കണ്ടുമുട്ടുന്നു.
അക്വേറിയം എന്ന ചിത്രത്തിലെ
മത്സ്യങ്ങളുടെ അസാന്നിധ്യത്തിൽ.
ഞാൻ കാണുന്നു നമ്മൾ വിടപറഞ്ഞ പുഴയിൽ
കാലുകളെ മുറിച്ചു കടന്നുപോയ ഒരു കൊള്ളിയാൻ.
പിരിയുന്ന വേളയിൽ മറന്നുപോയ ചുംബനം
ഇപ്പോൾ എനിക്ക് ലഭിക്കുന്നു.

■

തീവണ്ടിക്കവിതകൾ

(1)

പുറത്ത് മഴ
കവുങ്ങിൻ തോട്ടങ്ങൾക്കിടയിൽ
ഒളിച്ചിരുന്ന് പുകവലിക്കുന്ന
കൂട്ടുകാരായ വീടുകൾ.
ജലനിദ്രയിലാണ്ട മൈതാനങ്ങൾ
കാറ്റിന്റെ ഈണം പിടിക്കുന്ന മരങ്ങൾ
അകത്ത്
ജനലരികിൽ മിണ്ടാതെ
രണ്ട് ഋതുക്കൾ

(2)

2007ലെ മറവിയോട്
ഒരു പൂവ് തിരികെചോദിച്ച്
അപ്പർ ബർത്തിൽ പുതച്ചുറങ്ങുന്ന
പെൺകുട്ടിക്ക് നൽകുന്നു.
അവൾ ഞെട്ടിയുണർന്ന് 'കോൻഹെ?'
2007ലെ ചോദ്യത്തിന്റെ
ഹിന്ദി പരിഭാഷ.

■

ഒരുവൻ

ഓരോ നാടിനുമുണ്ട് സ്വന്തമായി
ഒരു ചിത്രകാരൻ, ഒരു പൊട്ടൻ,
ഒരു പോക്ക് കേസ്,
ഒരു നല്ല മനുഷ്യൻ, ഒരു കവി,
ഒരു അഗമ്യഗമനൻ,
ഒരു നടൻ, ഒരു വിപ്ലവകാരി,
ഒരു ഒരുമ്പെട്ടവൻ, ഒരു പരോപകാരി,
ഒരു പിശുക്കൻ, ഒരു മുതലാളി,
ഒരു ഭാര്യയെത്തല്ലി, ഒരു ഭ്രാന്തൻ,
ഒരു കുടിയൻ, ഒരു വഴിപോക്കൻ,
ഒരു നാടിനും ഒന്നിന്റെയും
ഒരു കുറവുമില്ല.
■

i 10 കുട

മഴ
ടോപ്ഗിയർ
ഡ്രൈവിങ്ങ്സീറ്റിൽ
ജൂൺമാസത്തിലെ സ്കൂൾകുട്ടി
കുടചൂടി.
വെള്ളം തെറിപ്പിച്ച്
നടന്നുപോവുന്നവരെ നനച്ച്.
പരൽമീനോ എന്ന ശങ്കയിൽ
റോഡിനു നടുവിൽ
ഒരു സഡൻ ബ്രേയ്ക്ക്.
ഉറവ പൊട്ടലിന്റെ നോക്കിനിൽപ്പിൽ
കൊടുംവളവിൽ
ഹോണടിക്കാൻ മറന്ന ഏകാഗ്രത.
പാലത്തിനു മുകളിൽവച്ച്
തോണിയിറക്കാനുള്ള വെമ്പൽ.
കുട തലതിരിച്ച് പിടിക്കുന്നു.
ആണ്ടുപോവുന്നു
ഡ്രൈവിങ്സീറ്റിലെ മുതിർന്നയാൾ.
നോക്കിനിൽക്കുന്നു
അയാളിലെ സ്കൂൾകുട്ടി.
■

നിസംഗം

മരണത്തെക്കുറിച്ച് ചോദിച്ചപ്പോൾ
ഹൃദയത്തിനു മീതെ
ഒരു തൊട്ടാവാടി പടർന്നു,
ഒട്ടും വേദനിച്ചില്ല.
പച്ചപ്പുല്ല് ശരീരത്തിലൂടെ
നിസംഗമായി കടന്നുപോയി.
ഒരു കുഴിയാന ആഴമന്വേഷിച്ചിറങ്ങി,
തിരിച്ചു വന്നില്ല.
ഒരു മഴ മണ്ണിൽ
പല വഴികളുണ്ടാക്കി പിരിഞ്ഞു.

■

ഋതു

ഉറഞ്ഞതടാകം
അതിന്റെ ആഴത്തിലുണ്ട്
നഷ്ടപ്പെട്ട കളിപ്പാട്ടത്തിന്റെ
നിലയ്ക്കാത്ത ഒച്ച,
പാതിയിൽ ഉരുകിത്തീർന്നവയുടെ
ഉറവകൾ,
മറച്ചുവെച്ചവയുടെ
നിർത്താത്ത പെയ്ത്തൽ,
കുമ്പസാരത്തിന്റെ കുപ്പിച്ചില്ലുകൾ,
മറവിയിൽ ചാഞ്ഞ വെയിലിന്റെ നഗ്നത,
ഉറയാതെ.

■